Impressum
Verlag: BABADADA GmbH, Nedderfeld 112 , 22529 Hamburg
Geschäftsführer / Verlagsleitung: Harald Hof
Druck: Books on Demand GmbH, In de Tarpen 42, 22848 Norderstedt

Imprint
Publisher: BABADADA GmbH, Nedderfeld 112 , 22529 Hamburg, Germany
Managing Director / Publishing direction: Harald Hof
Print: Books on Demand GmbH, In de Tarpen 42, 22848 Norderstedt, Germany

المدرسة

trường học

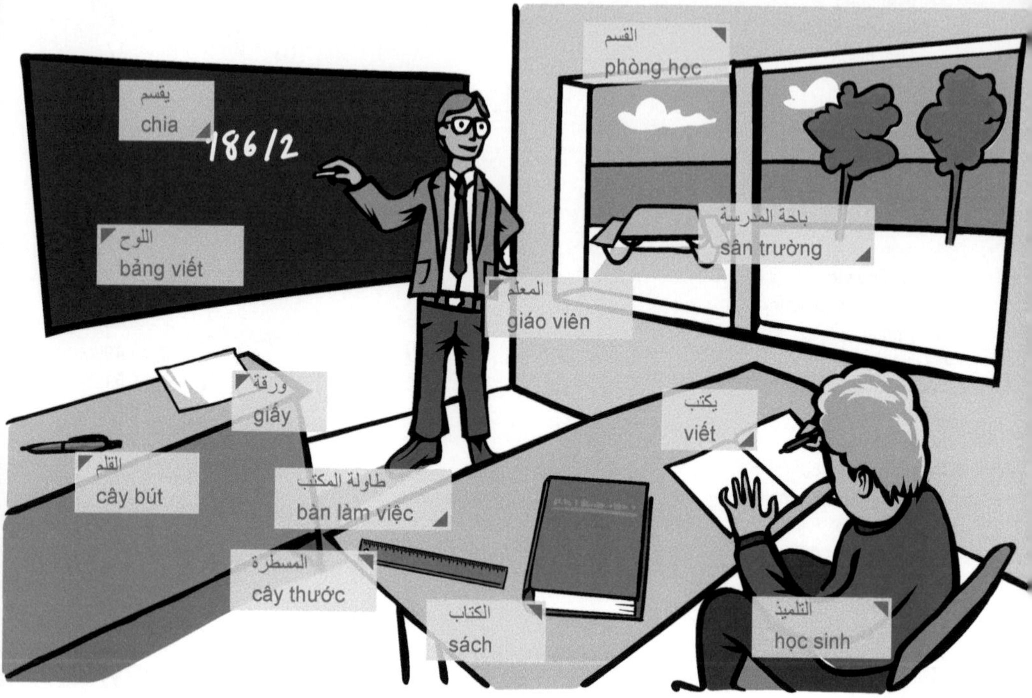

يقسم
chia
186/2
القسم
phòng học
اللوح
bảng viết
باحة المدرسة
sân trường
المعلم
giáo viên
ورقة
giấy
يكتب
viết
القلم
cây bút
طاولة المكتب
bàn làm việc
المسطرة
cây thước
الكتاب
sách
التلميذ
học sinh

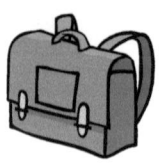

الحقيبة المدرسية

cặp đeo vai học sinh

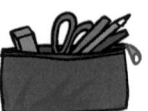

المقلمة

hộp đựng bút

قلم الرصاص

bút chì

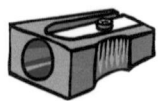

البرّاية

cái gọt bút chì

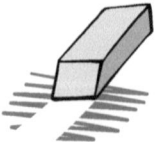

الممحاة

cục tẩy

دفتر الرسم

tập giấy vẽ

الرسمة

bản vẽ

الفرشاة

cọ vẽ

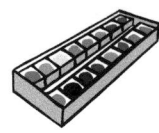

علبة التلوين

hộp mực vẽ

المقص

cây kéo

المادة اللاصقة

keo dán

دفتر التمارين

sách bài tập

الواجب المدرسي

bài tập ở nhà

الرقم

số

يجمع

cộng

يطرح

trừ

يضرب

nhân

يحسب

tính toán

الحرف

chữ cái

ABCDEFG HIJKLMN OPQRSTU VWXYZ

الأبجدية

bảng chữ cái

hello

كلمة

từ

النص

văn bản

يقرأ

đọc

الطبشور

phấn viết

الحصة

bài học

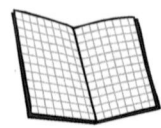

دفتر الدوام المدرسي

sổ lớp

الامتحان

thi kiểm tra

شهادة

chứng chỉ

اللباس المدرسي

đồng phục học sinh

التعليم

giáo dục

الموسوعة

từ điển bách khoa

الجامعة

đại học

المجهر

kính hiển vi

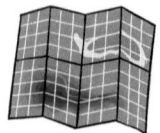

الخريطة

bản đồ

قماما

thùng rác giấy

سفر

du lịch

فندق
khách sạn
Grand
بيت الشباب
nhà trọ
ROOMS
مكتب صرافة
quầy đổi tiền
EXCHANGE
حقيبة
va li
سيارة
xe ô tô

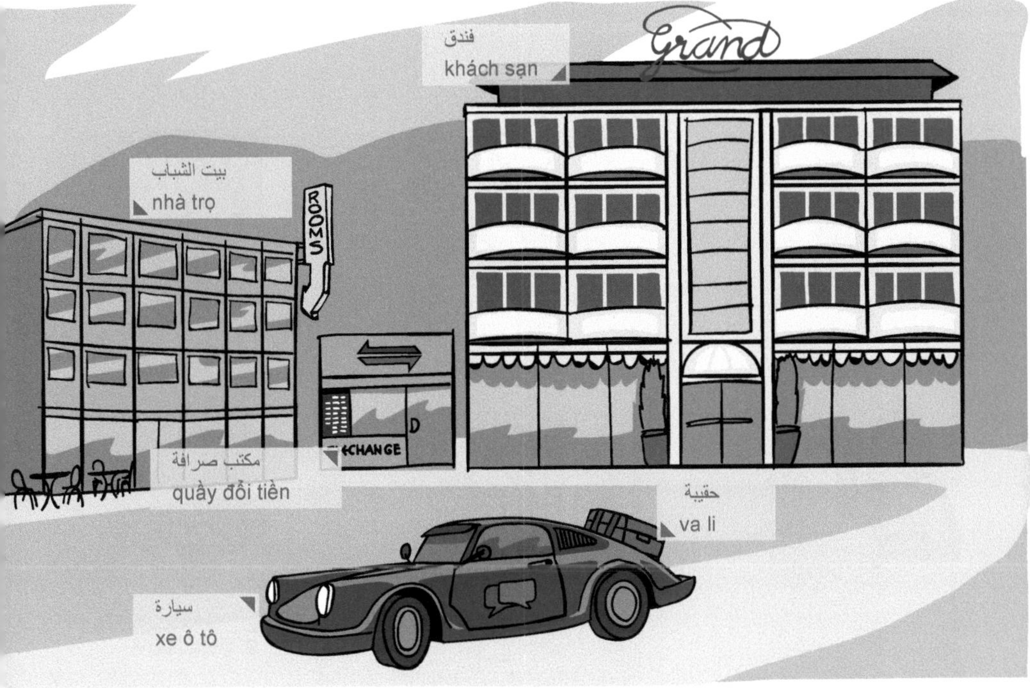

اللغة

ngôn ngữ

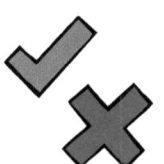

نعم / لا

có / không

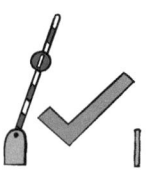

حسناً

ô kê

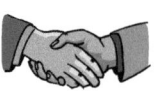

مرحباً

Xin chào

مترجم

thông dịch viên

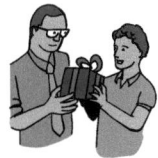

شكراً

cám ơn

كم ثمن ... ؟

... bao nhiêu tiều?

لا أفهم

tôi không hiểu

مشكلة

vấn đề

مساء الخير

Xin chào! (buổi tối)

صباح الخير!

xin chào! (buổi sáng)

ليلة سعيدة

chúc ngủ ngon!

إلى اللقاء

tạm biệt

اتجاه

hướng đi

أمتعة السفر

hành lý

حقيبة

túi xách

حقيبة ظهر

túi ba lô

ضيف

khách

غرفة

phòng

كيس للنوم

túi ngủ

خيمة

lều

استعلامات سياحية

thông tin du lịch

شاطئ

bãi biển

بطاقة انتمان

thẻ tín dụng

إفطار

ăn sáng

طعام الغداء

ăn trưa

العشاء

ăn tối

بطاقة سفر

vé xe

مصعد

thang máy

طابع بريدي

tem bưu điện

حدود

biên giới

الجمارك

hải quan

سفارة

đại sứ quán

تأشيرة

thị thực

جواز سفر

hộ chiếu

vận chuyển

طائرة
máy bay

سفينة
tàu thủy

سيارة إطفاء
xe cứu hỏa

حافلة
xe buýt

سيارة شاحنة
xe tải

زورق آلي
xuồng máy

درّاجة
xe đạp

سيارة
xe ô tô

عبارة

phà

قارب

xuồng

دراجة نارية

xe máy

سيارة شرطة

xe cảnh sát

سيارة سباق

xe đua

سيارة مستأجرة

xe cho thuê

أسلوب تشاركي في استئجار السيارات

....

dịch vụ thuê xe tự lái

سيارة للجر

....

xe kéo cứu hộ

سيارة نقل القمامة

....

xe rác

محرك

....

động cơ

وقود

....

xăng

محطة وقود

....

trạm xăng

إشارة مرور

....

biển báo giao thông

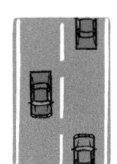

حركة السير

....

giao thông

ازدحام سير

....

ách tắc giao thông

موقف سيارات

....

bãi đậu xe

محطة قطار

....

nhà ga

سكك حديدية

....

đường ray

قطار

....

xe lửa

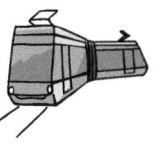

ترام

....

tàu điện

عربة قطار

....

toa xe

طائرة مروحية

máy bay trực thăng

مطار

sân bay

برج

tháp

مسافر

hành khách

حاوية

côngtenơ

علبة كرتون

thùng các-tông

عربة يد

xe đẩy

سلة

cái giỏ

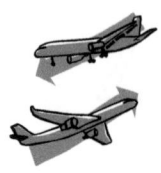

يقلع / يهبط

cất cánh / hạ cánh

مدينة

thành phố

قرية

làng

مركز المدينة

trung tâm thành phố

بيت

nhà

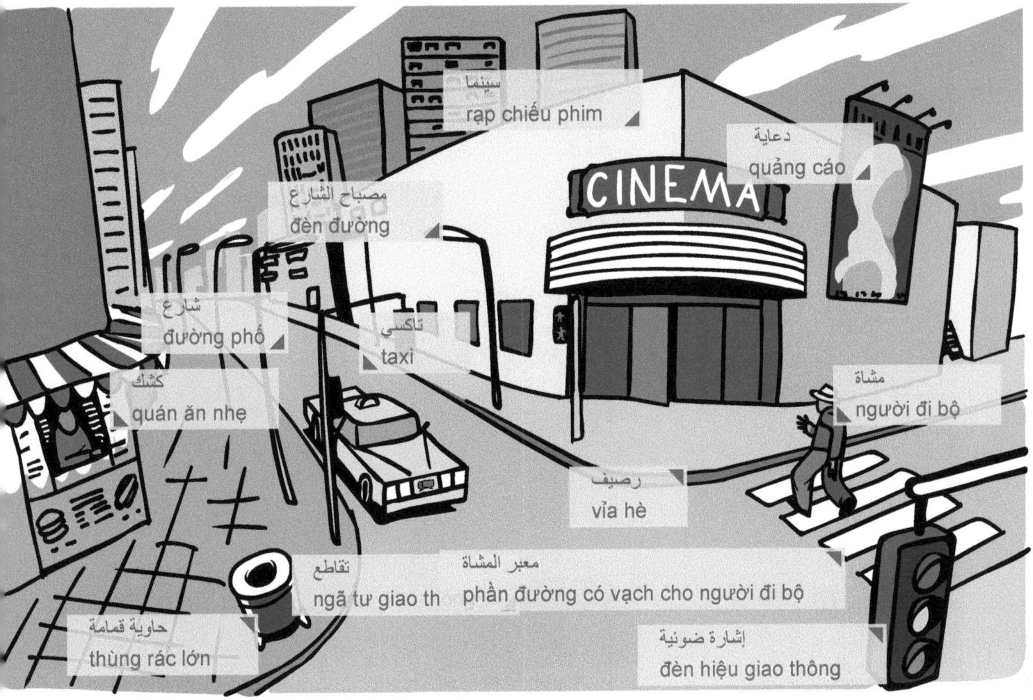
سينما
rạp chiếu phim
دعاية
quảng cáo
CINEMA
مصباح الشارع
đèn đường
شارع
đường phố
تاكسي
taxi
كشك
quán ăn nhẹ
مشاة
người đi bộ
رصيف
vỉa hè
تقاطع
ngã tư giao th
معبر المشاة
phần đường có vạch cho người đi bộ
حاوية قمامة
thùng rác lớn
إشارة ضوئية
đèn hiệu giao thông

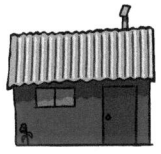

كوخ

nhà chòi

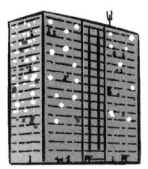

شقة

căn hộ

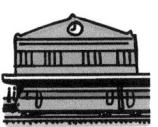

محطة قطار

nhà ga

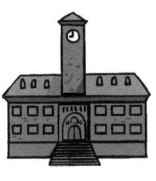

دار البلدية

tòa thị chính

MUSEUM

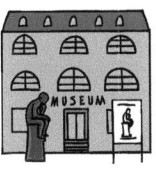

متحف

viện bảo tàng

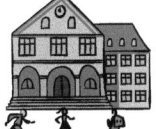

المدرسة

trường học

الجامعة

đại học

مصرف

ngân hàng

المستشفى

bệnh viện

فندق

khách sạn

صيدلية

hiệu thuốc

مكتب

văn phòng

مكتبة

hiệu sách

متجر

cửa hiệu

محل لبيع الزهور

cửa hiệu bán hoa

سوبرماركت

siêu thị

سوق

chợ

متجر كبير

cửa hàng bách hóa

تاجر السمك

người bán cá

مركز تسوّق

trung tâm mua bán

ميناء

bến cảng

حديقة عامة

công viên

مقعد

ghế băng

جسر

cầu

درج، سلم

cầu thang

مترو

tàu điện ngầm

نفق

đường hầm

موقف حافلات

trạm xe buýt

بار

quán bar

مطعم

khách sạn

صندوق البريد

hòm thư công cộng

لافتة باسم الشارع

bảng hiệu đường

مقياس زمن الوقوف

đồng hồ đậu xe

حديقة حيوانات

vườn bách thú

مسبح

bể bơi

مسجد

nhà thờ Hồi giáo

مزرعة

nông trại

تلوث البيئة

ô nhiễm môi trường

مقبرة

nghĩa trang

كنيسة

nhà thờ

ملعب الأطفال

sân chơi

معبد

ngôi đền

طبيعة ريفية

phong cảnh

ورقة
lá cây

علامة إرشاد
bảng chỉ đường

طريق
lối đi

مرج
bãi cỏ

حجر
hòn đá

شجرة
cây

رحالة
người đi bộ đường dài

نهر
sông

عشب
cỏ

زهرة
bông hoa

وادٍ

thung lũng

جبل

đồi

بحيرة

hồ nước

غابة

rừng

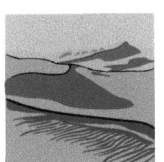

صحراء

sa mạc

بركان

núi lửa

قلعة

lâu đài

قَوس قَزح

cầu vồng

فطر

nấm

نخلة

cây cọ

بعوض

con muỗi

ذَبابة

con ruồi

نملة

con kiến

نحلة

con ong

عنكبوت

con nhện

خنفساء

bọ cánh cứng

ضفدعة

con ếch

سنجاب

con sóc

قنفذ

con nhím

أرنب

con thỏ

بومة

con cú

عصفور

con chim

بجعة

thiên nga

خنزير برّي

heo rừng

غزال

con hươu

إلكة

nai sừng tấm

سد

đê

دولاب الطاحونة الهوائية

tuabin gió

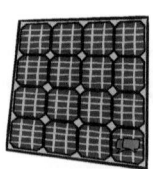

خلية شمسية

tấm năng lượng mặt trời

مناخ

khí hậu

مطعم

khách sạn

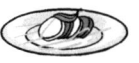

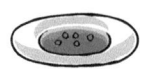

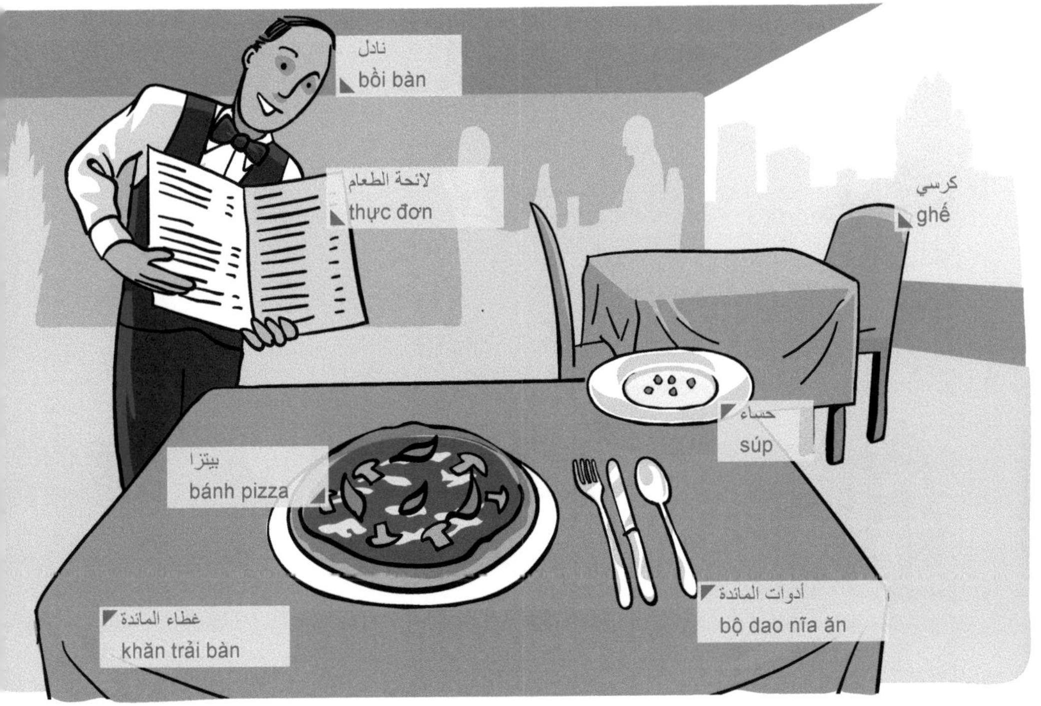

نادل
bồi bàn
لائحة الطعام
thực đơn
كرسي
ghế
حساء
súp
بيتزا
bánh pizza
غطاء المائدة
khăn trải bàn
أدوات المائدة
bộ dao nĩa ăn

مقبلات

món ăn khai vị

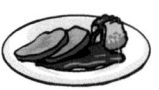

الصحن الرئيسي

món ăn chính

حلوى أو فاكهة بعد الطعام

món tráng miệng

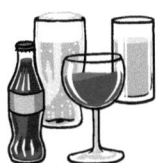

مشروبات

thức uống

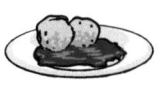

طعام

thức ăn

زجاجة

cái chai

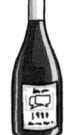

وجبات سريعة

thức ăn nhanh

طعام الشارع

thức ăn đường phố

إبريق الشاي

ấm trà

علبة السكر

hộp đường

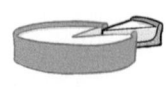

حصّة

khẩu phần

آلة الإسبريسو

máy pha espresso

كرسي عالٍ

ghế cao

فاتورة

hóa đơn

صينية

khay

سكين

dao

شوكة

nĩa

ملعقة

thìa

ملعقة الشاي

thìa uống trà

منديل المائدة

khăn ăn

كأس

cốc thủy tinh

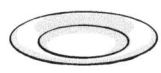

صحن

....

đĩa

صحن الحساء

....

đĩa súp

صحن الفنجان

....

đĩa lót cốc

صلصة

....

nước sốt

مملحة

....

lọ muối

مطحنة الفلفل

....

cái xay tiêu

خلّ

....

giấm

زيت الطعام

....

dầu

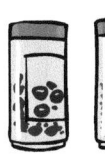

توابل

....

gia vị

كتشاب

....

nước xốt cà chua

خردل

....

tương hạt cải

مايونيز

....

nước sốt mayonnaise

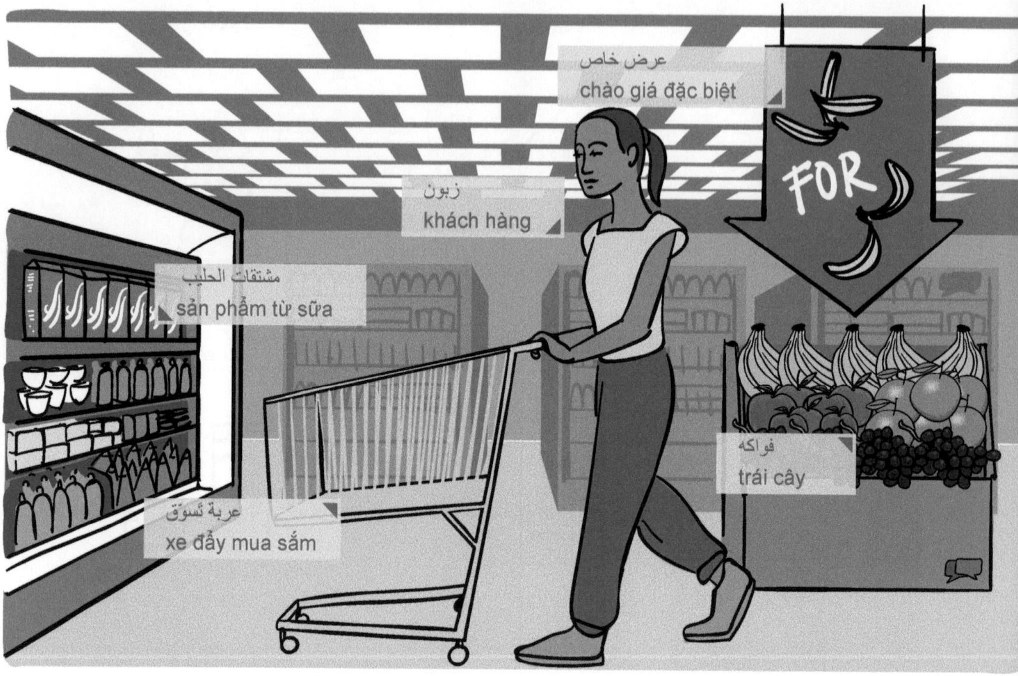

عرض خاص
chào giá đặc biệt
FOR
زبون
khách hàng
مشتقات الحليب
sản phẩm từ sữa
فواكه
trái cây
عربة تسوّق
xe đẩy mua sắm

BUTCHERS

جزّار

lò mổ

BAKERY

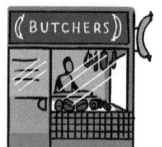

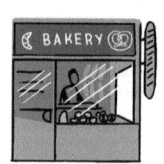

مخبز

cửa hiệu bán bánh mì

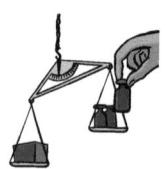

يزن

cân nặng

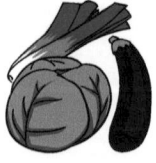

خضار

rau quả

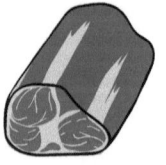

لحم

thịt

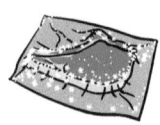

المأكولات المجمّدة

thức ăn đông lạnh

مرتدلا أو جبن

lát thịt nguội

معلبات

đồ hộp

مسحوق الغسيل

bột giặt

حلويات

đồ ngọt

المواد المنزلية

sản phẩm dùng trong gia đình

منظفات

chất tẩy rửa

بائعة

người bán hàng

صندوق الحساب

quầy trả tiền

أمين صندوق

nhân viên thu ngân

قائمة المشتريات

danh sách mua sắm

أوقات العمل

giờ mở cửa

محفظة النقود

ví tiền

بطاقة انتمان

thẻ tín dụng

حقيبة

túi đeo

كيس بلاستيكي

túi ny lông

ماء

nước

عصير

nước quả ép

حليب

sữa

كولا

coca-cola

نبيذ

rượu vang

بيرة

bia

كحول

cồn

كاكاو

cacao

شاي

trà

قهوة

cà phê

قهوة إسبريسو

espresso

كابوتشينو

cappuccino

thức ăn

موزة

chuối

تفاح

quả táo

برتقال

quả cam

بطيخ

dưa hấu

ليمون

chanh

جزرة

cà rốt

ثوم

tỏi

خيزران

tre

بصل

củ hành

فطر

nấm

لوزيات

hạt dẻ

شعيرية

mì

سباغيتي

mì spaghetti

أرزّ

cơm

سلطة

xà lách

بطاطا مقلية

khoai tây chiên

بطاطا مقلية

khoai tây chiên

بيتزا

bánh pizza

هامبورغر

bánh hamburger

ساندويش

bánh mì sandwich

شريحة لحم مقلية

thịt côtlet

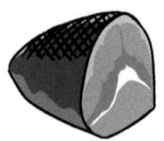

لحم خنزير

thịt giăm bông

سلامي

xúc xích

سجق

dồi

دجاج

gà

لحم محمر

rán

سمك

cá

طعام - thức ăn

دقيق الشوفان

cháo yến mạch

موسلي

cháo muesli

كورن فلكس

bánh bột ngô nướng

طحين

bột mì

كرواسان

bánh sừng bò

خبز صغير

bánh mì

خبز

bánh mì

خبز محمص

bánh mì nướng

بسكويت

bánh bích quy

زبدة

bơ

لبن زبادي

sữa đông

كعكة

bánh ngọt

بيضة

trứng

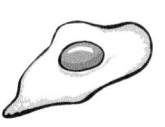

بيض مقلي

trứng rán

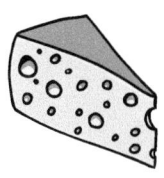

جبنة

pho mát

مثلجات

kem

سكر

đường

عسل

mật ong

مربّى الفاكهة

mứt

كريم النوغا

kem nougat

الكاري

cà ri

مزرعة
nông trại

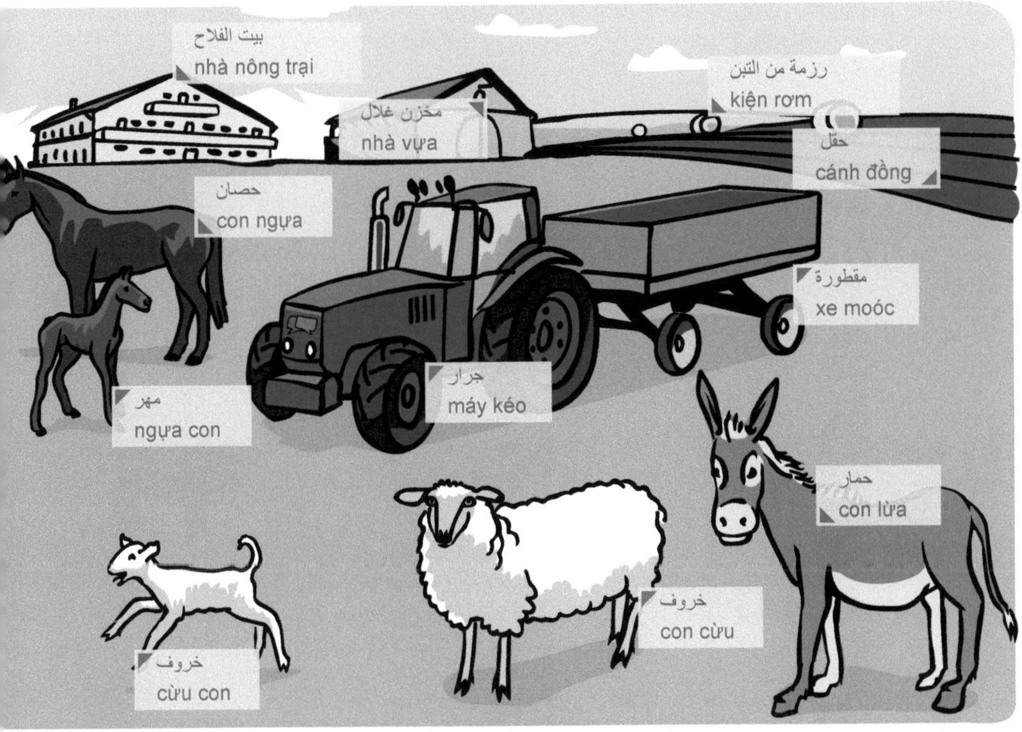

بيت الفلاح
nhà nông trại
مخزن غلال
nhà vựa
رزمة من التبن
kiện rơm
حقل
cánh đồng
حصان
con ngựa
مقطورة
xe moóc
جرار
máy kéo
مهر
ngựa con
حمار
con lừa
خروف
con cừu
خروف
cừu con

ماعز

con dê

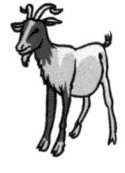

بقرة

con bò

عجل

con bê

خنزير

con lợn

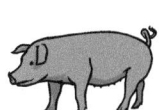

خنزير صغير

lợn con

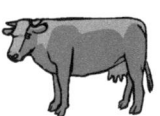

ثور

bò đực

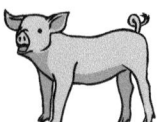

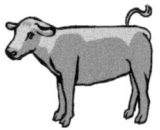

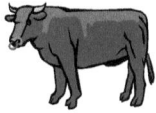

إوزّة

con ngỗng

بطة

con vịt

صوص

gà con

دجاجة

gà mái

ديك

gà trống

جرذ

con chuột

قطّة

mèo

فأر

chuột nhắt

ثور

bò đực

كلب

con chó

كوخ الكلب

nhà chuồng chó

خرطوم الحديقة

ống tưới vườn cây

إبريق

thùng tưới cây

منجل

lưỡi hái

المحراث

cái cày

منجل
cái liềm

معزقة
cái cuốc

مذراة الزبل
cái chĩa

بلطة
cái rìu

عربة يد
xe cút kít

معلف
máng ăn

صفيحة الحليب
lọ sữa

كيس
bao tải

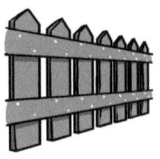

سياج
hàng rào

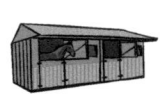

اصطبل
chuồng

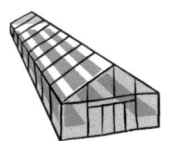

دفيئة
nhà kính trồng cây

تربة
đất trồng

بذور
hạt giống

سماد
phân bón

حصّادة درّاسة
máy gặt đập liên hợp

يحصد

thu hoạch

محصول

mùa thu hoạch

بطاطا يامس

khoai lang

قمح

lúa mì

صويا

đậu nành

بطاطا

khoai tây

ذرة

ngô

سلجم

hạt cải dầu

شجرة فاكهة

cây ăn trái

نبات منيهوت

sắn

الحبوب

ngũ cốc

بيت
nhà

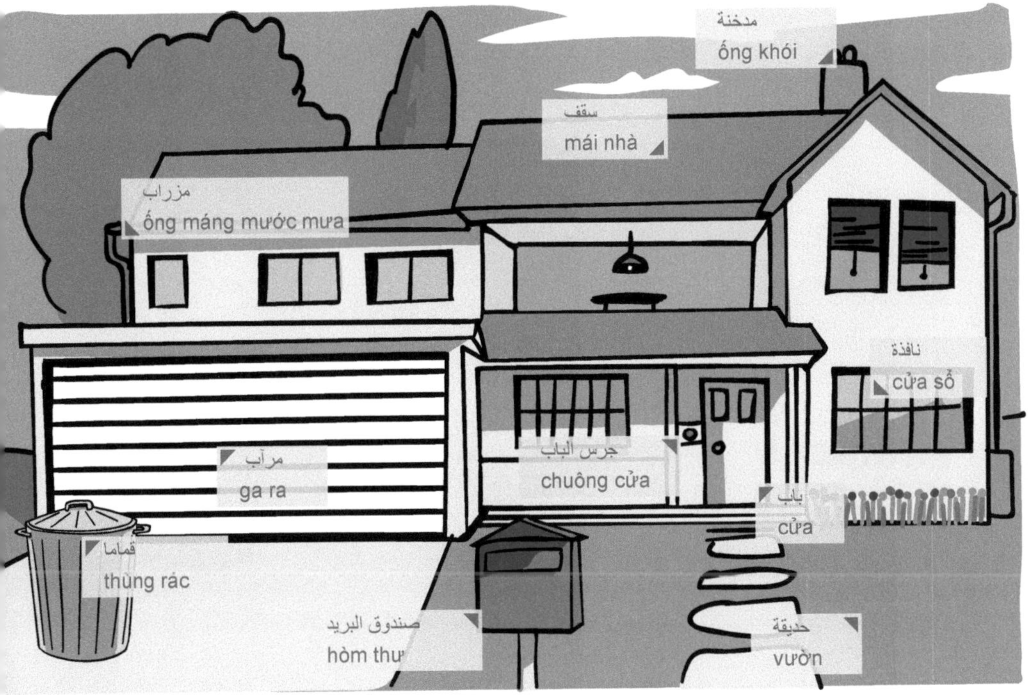

مدخنة
ống khói
سقف
mái nhà
مزراب
ống máng mước mưa
نافذة
cửa sổ
جرس الباب
chuông cửa
مرآب
ga ra
باب
cửa
قماما
thùng rác
صندوق البريد
hòm thư
حديقة
vườn

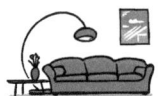

غرفة جلوس

phòng khách

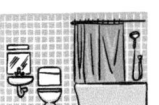

الحمّام

phòng tắm

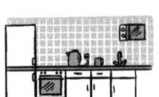

مطبخ

bếp

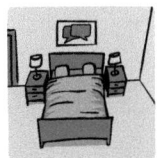

غرفة النوم

phòng ngủ

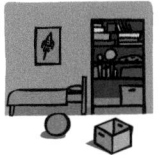

غرفة الأطفال

phòng trẻ em

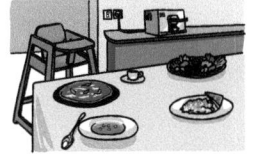

غرفة الطعام

phòng ăn

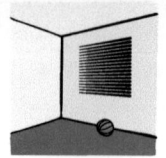

أرضية

nền nhà

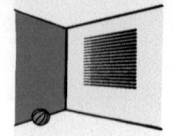

حائط

tường

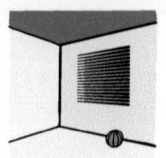

سقف

trần nhà

قبو

tầng hầm

ساونا

tắm hơi

بلكون

ban công

شرفة

sân hiên

مسبح

bể bơi

جزّازة العشب

máy cắt cỏ

بياضات السرير

khăn trải giường

بطانية

khăn trải giường

سرير

giường

مكنسة

chổi

سطل

cái xô

مفتاح كهربائي

công tắc điện

غرفة جلوس

phòng khách

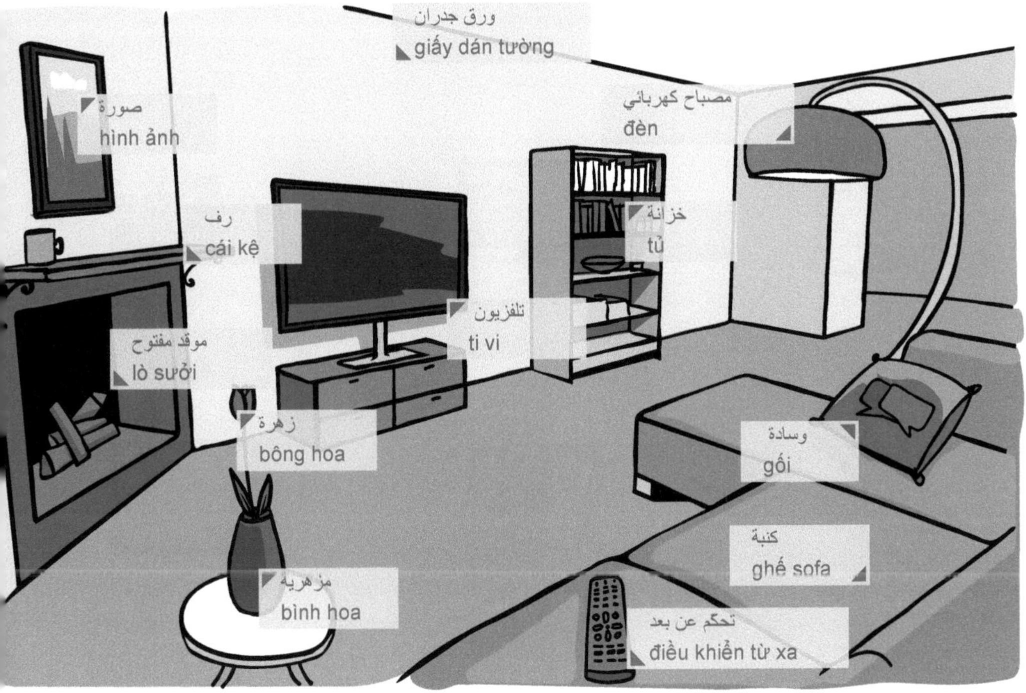

ورق جدران
giấy dán tường
صورة
hình ảnh
مصباح كهربائي
đèn
رف
cái kệ
خزانة
tủ
تلفزيون
ti vi
موقد مفتوح
lò sưởi
زهرة
bông hoa
وسادة
gối
كنبة
ghế sofa
مزهريه
bình hoa
تحكم عن بعد
điều khiển từ xa

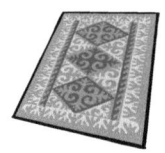

بصاط

thảm

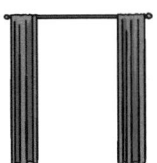

ستارة

rèm

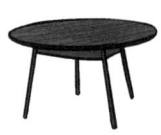

طاولة

cái bàn

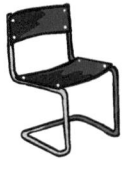

كرسي

ghế

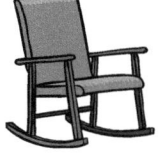

كرسي هزّاز

ghế bập bênh

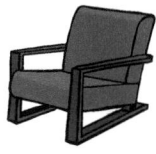

كرسي ذو ذراعين

ghế bành

الكتاب

sách

بطانية

cái chăn

زخرفة

đồ trang trí

الحطب

củi

فيلم

phim

تجهيزات ستيريو

máy hi-fi

مفتاح

chìa khóa

جريدة

báo

لوحة مرسومة

bức tranh

مُلصق

áp phích

راديو

radio

دفتر ملاحظات

sổ ghi chép

المكنسة الكهربائية

máy hút bụi

صبّار

cây xương rồng

شمعة

cây nến

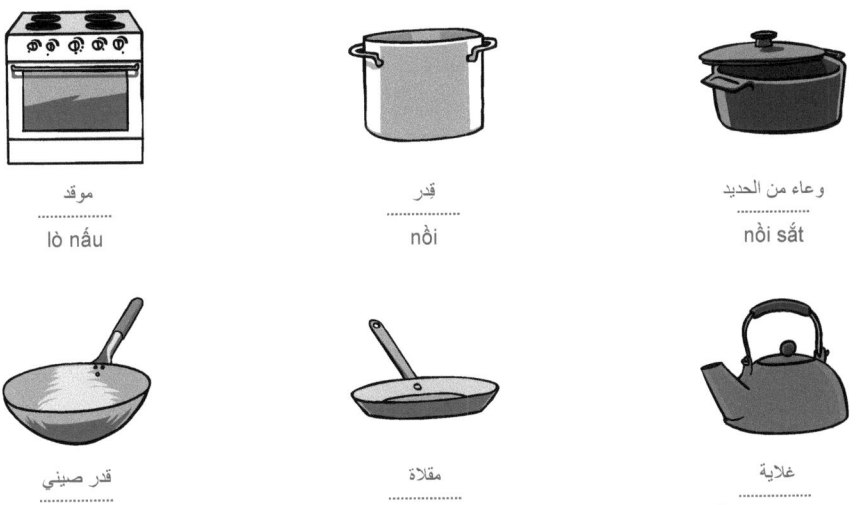

مطبخ
bếp

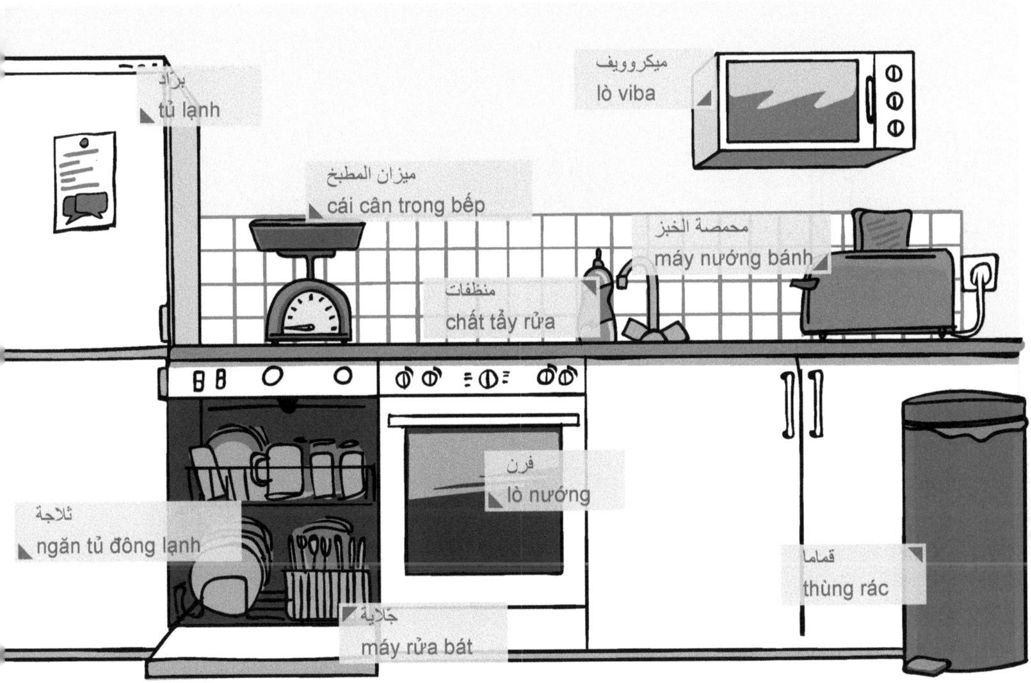

برّاد
tủ lạnh
ميكروويف
lò viba
ميزان المطبخ
cái cân trong bếp
محمصة الخبز
máy nướng bánh
منظفات
chất tẩy rửa
فرن
lò nướng
ثلاجة
ngăn tủ đông lạnh
قماما
thùng rác
جلاية
máy rửa bát

موقد

lò nấu

قِدر

nồi

وعاء من الحديد

nồi sắt

قدر صيني

chảo

مقلاة

chảo

غلاية

ấm đun nước

قدر البخار

nồi đun hơi

صينية

khay lò nướng

أواني

bát đĩa

فنجان

cốc

صحن

cái bát

عيدان الأكل

đũa

مغرفة

cái vá

ملعقة منبسطة

bàn xẻng

خفاقة

que đánh kem

مصفاة

rây dùng trong bếp

مصفاة

cái rây lọc

مبشرة

cái nạo

هاون

vữa

شواء

vỉ nướng

موقد

ngọn lửa trần

لوح التقطيع

cái thớt

نشّابة

trục cán bột

مفتاح الزجاجات

cái mở nút chai

علبة

vỏ đồ hộp

مفتاح العلب المعدنية

cái mở vỏ đồ hộp

قماش الفرن

miếng nhấc nồi

مجلى

bồn rửa bát

فرشاة

bàn chải

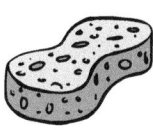

إسفنج

miếng xốp

خلاط

máy xay

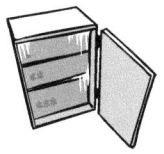

مجمّدة

tủ đông lạnh

زجاجة الطفل

bình sữa cho trẻ sơ sinh

صنبور الماء

vòi nước

الحمّام
phòng tắm

تدفئة
lò sưởi
منشفة
khăn lau
دوش
vòi hoa sen
ستارة الدوش
rèm che ngăn tắm
حمام رغوة
tắm bọt
حوض الحمام
bồn tắm
كأس
cốc thủy tinh
غسّالة
máy giặt
صنبور الماء
vòi nước
بلاط
gạch lát
قفازات مطاطية
cái bô
مجلى
bồn rửa bát

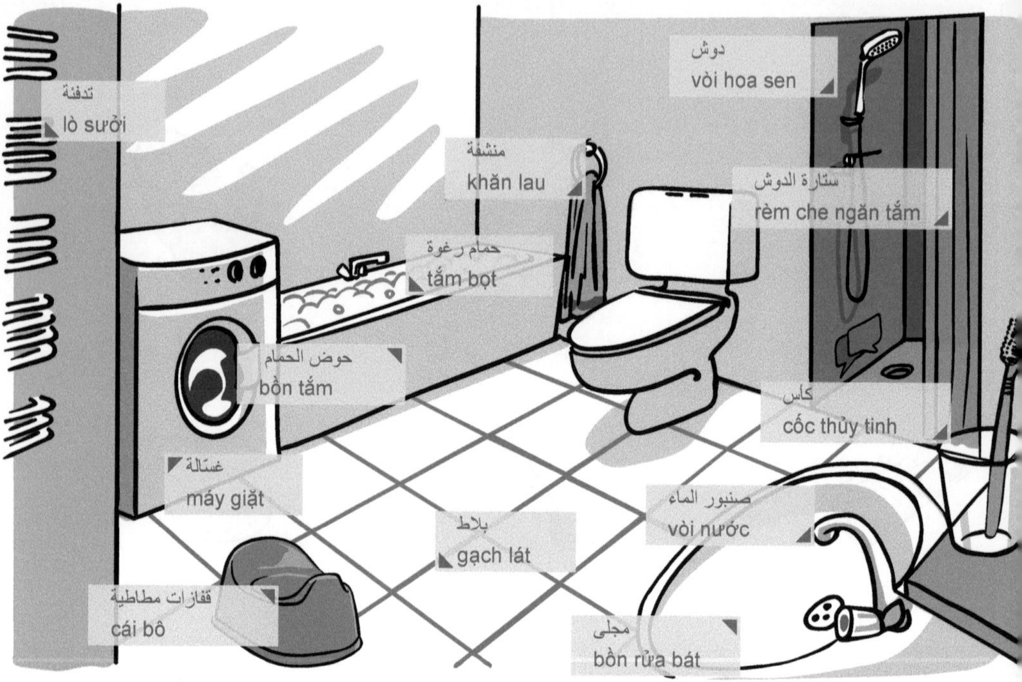

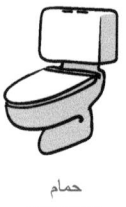

حمام

bồn cầu

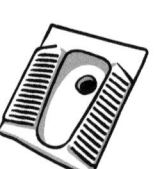

مرحاض القرفصاء

bồn cầu ngồi xổm

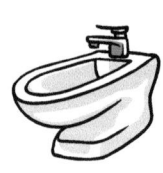

حوض التشطيف

bồn rửa hậu môn

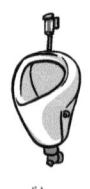

مبولة

bồn tiểu tiện

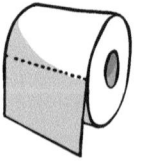

ورق المرحاض

giấy vệ sinh

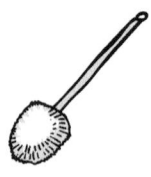

فرشاة الحمام

bàn chải cọ bồn cầu

فرشاة الأسنان

bàn chải đánh răng

معجون الأسنان

kem đánh răng

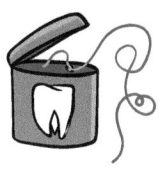

خيط حرير لتنظيف الأسنان

chỉ nha khoa

يغسل

rửa

رشاش ماء يدوي

vòi sen cầm tay

شطاف

vòi rửa hậu môn

حوض الغسيل

bồn rửa

فرشاة الظهر

bàn chải cọ lưng

صابون

xà phòng

جيل الدوش

sữa tắm

شامبو

dầu gội

ممسحة

khăn cọ để tắm

مصرف للماء

lỗ thoát nước

مرهم

kem

مزيل الروائح

chất khử mùi

مرآة

gương

مرآة يد

gương tay

موس حلاقة

dao cạo râu

رغوة الحلاقة

kem cạo râu

كولونيا

nước thơm dùng sau khi
cạo râu

مشط

cái lược

فرشاة

bàn chải

سشوار

máy xấy tóc

مثبت للشعر

keo xịt tóc

ماكياج

đồ trang điểm

روج

thỏi son môi

طلاء أظافر

sơn bôi móng

قطن

bông

مقص أظافر

kéo cắt móng

عطر

nước hoa

سلّة الغسيل

túi đựng đồ tắm

مقعد صغير

ghế đẩu

ميزان

cái cân

معطف الحمام

áo choàng tắm

قفازات مطاطية

găng tay làm vệ sinh

سدادة قطنية

nút gạc

منشفة صحية

băng vệ sinh

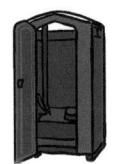

تواليت كيميائية

nhà vệ sinh hóa chất

غرفة الأطفال

phòng trẻ em

منبّه
đồng hồ báo thức
الحيوانات المحنطة
thú bông
سيارة لعبة
xe đồ chơi
خشخشة
cái lúc lắc
بيت الدمى
nhà búp bê
هدية
món quà

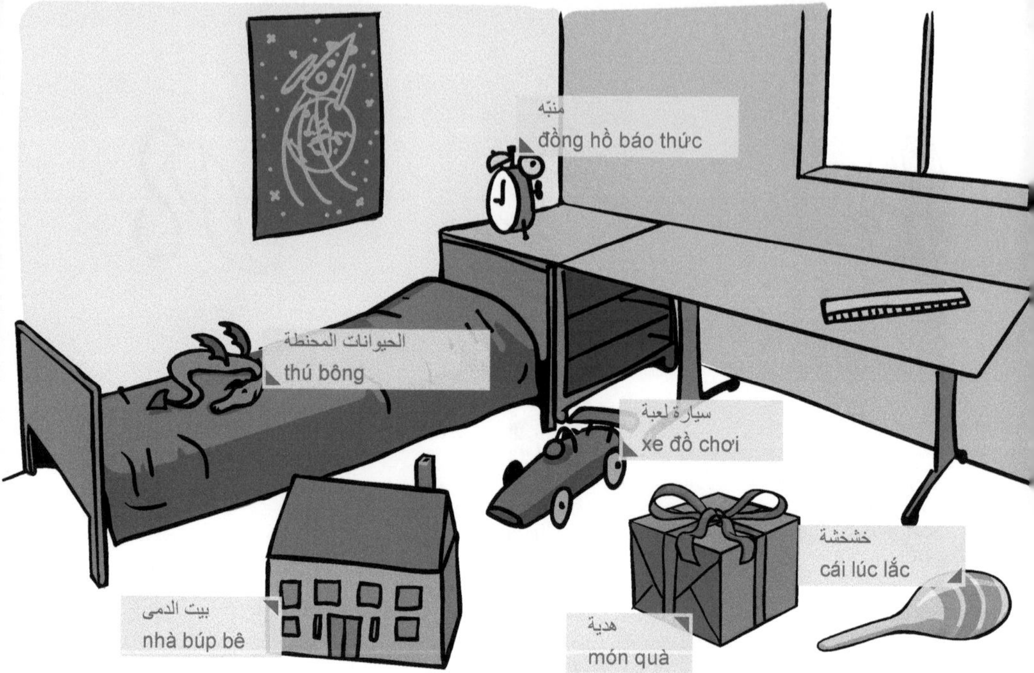

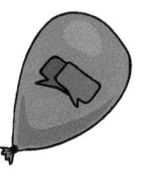

بالون

bong bóng

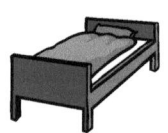

سرير

giường

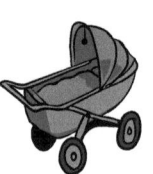

عربة الأطفال

xe nôi

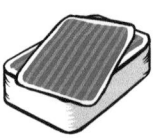

لعبة الورق

trò chơi bài

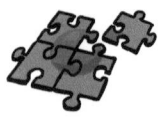

أحجية

trò chơi ghép hình

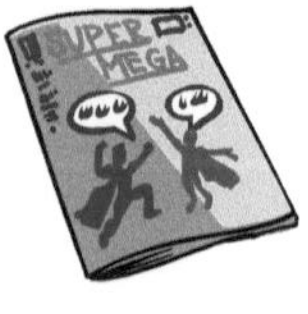

رسوم هزلية

truyện tranh

أحجار الليغو

gạch Lego

حجارة تركيب

khối xếp hình

دمية بطل

nhân vật hành động

لباس الطفل

o liền quần cho trẻ sơ sinh

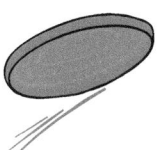

فريسبي

đĩa nhựa để ném

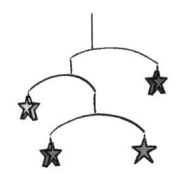

دمية معلقة

đồ chơi treo trên giường

لعبة الطاولة

trò chơi cờ bàn

لعبة النرد

xúc xắc

لعبة قطار

đồ chơi xe lửa mô hình

مصّاصة

ti giả

حفلة

buổi tiệc

كتاب مصوّر

sách tranh

كرة

quả bóng

دمية

búp bê

يلعب

chơi

ملعب رملي للأطفال

hố cát

أرجوحة

cái đu

لعبة

đồ chơi

ألعاب فيديو

máy chơi game cầm tay

دراجة ثلاثية

xe ba bánh

دمية على شكل الدب

gấu bông

خزانة الثياب

tủ quần áo

جوارب قصيرة

bít tất

جوارب طويلة

bít tất dài

جورب بنطلون

quần tất

شال
khăn choàng cổ

شمسية
ô che mưa

تي شيرت
áp phông

حزام
dây thắt lưng

حذاء شتوي
ủng

شبشب
dép đi trong nhà

أحذية رياضية
giày sneaker

صندل
....
dép xăng đan

حذاء
....
giày

جزمة كاوتشوك
....
ủng cao su

سروال داخلي
....
quần lót

صدّارة
....
áo ngực

قميص داخلي
....
áo vest

لباس ملاصق للجسم

áo ôm sát cơ thể

بنطلون

quần dài

جينز

quần bò

تنورة

váy

بلوزة

áo cánh

قميص

áo sơ mi

سترة قطنية

áo len chui đầu

كنزة كم طويل

áo len

سترة فضفاضة

áo blazer

سترة

áo jacket

معطف

áo khoác

معطف مطري

áo mưa

زي - طقم نسائي

trang phục

ثوب

áo váy

ثوب الزفاف

áo cưới

طقم

bộ com lê

قميص نوم

áo ngủ

بيجاما

pijama

ساري

trang phục sari

حجاب

khăn trùm đầu

عمامة

khăn đội đầu

برقع

áo burka

قفطان

áo captan

عباءة

áo aba

مايوه

quần áo bơi

سروال سباحة

quần bơi

شرت

quần đùi

بدلة رياضية

quần áo tracksuit

منزر

tạp dề

قفازات

găng tay

زر

cái cúc

نظارة

kính mắt

إسوارة

vòng đeo tay

عقد

vòng cổ

خاتم

nhẫn

قرط

hoa tai

طاقيّة

mũ lưỡi trai

علاقة ثياب

cái mắc treo áo quần

قبّعة

mũ

ربطة العنق

cà vạt

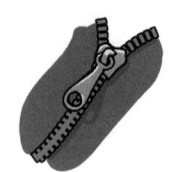

سحّاب

dây kéo phéc mơ tuya

خوذة

mũ bảo hiểm

حمّالة البنطلون

dây đeo quần

اللباس المدرسي

đồng phục học sinh

زي موحّد

đồng phục

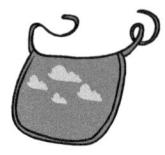

مريلة الأطفال

yếm trẻ em

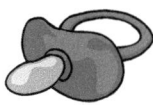

مصّاصة

ti giả

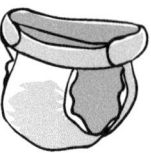

لفافة

tã lót

مكتب

văn phòng

المخدّم
máy chủ
خزانة الملقات
tủ hồ sơ
طابعة
máy in
ورقة
giấy
شاشة
màn hình
فارة
chuột máy tính
طاولة المكتب
bàn làm việc
ملف
thư mục
لوحة المفاتيح
bàn phím
كرسي
ghế
قماما
thùng rác giấy
حاسوب
máy tính

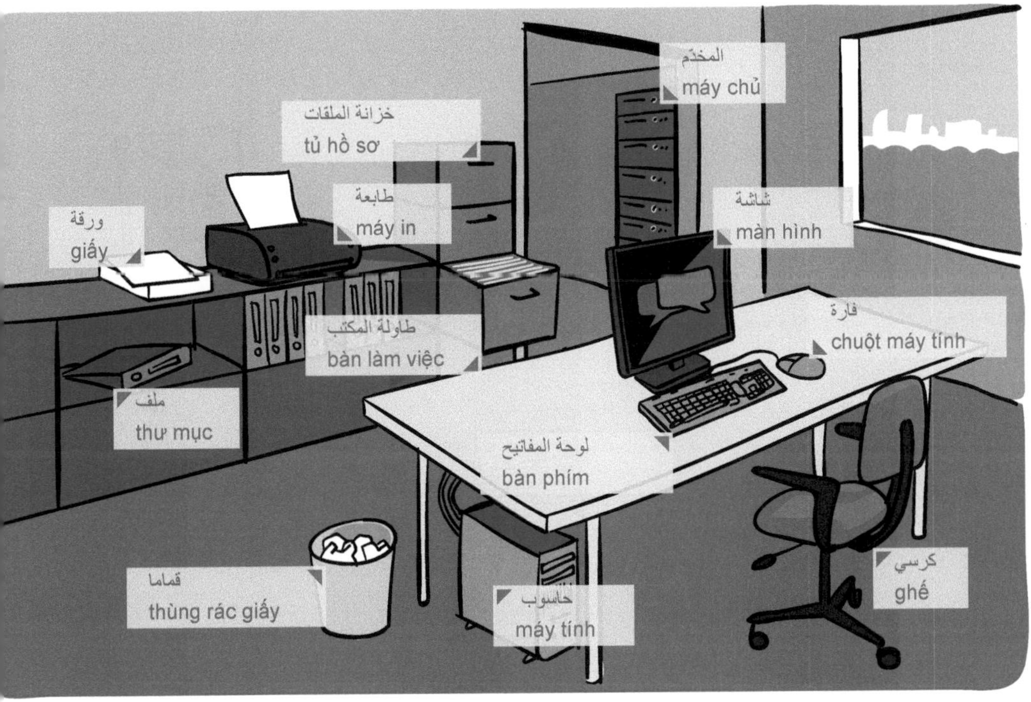

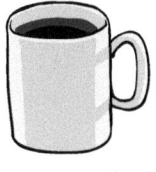

كأس من القهوة

cốc cà phê

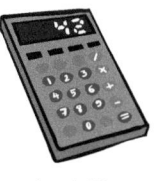

الآلة الحاسبة

máy tính bỏ túi

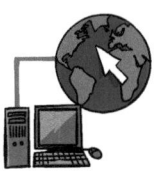

الإنترنت

internet

الحاسوب المحمول

laptop

رسالة

thư

خبر

tin nhắn

الهاتف المحمول

điện thoại di động

شبكة

mạng

جهاز تصوير

máy photocopy

البرمجيات

phần mềm

هاتف

điện thoại

مقبس كهربائي

ổ cắm điện

فاكس

máy fax

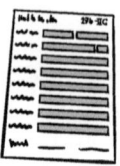

استمارة

mẫu đơn

وثيقة

chứng từ

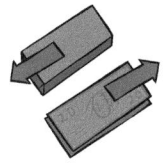

يشتري

mua

يدفع

trả tiền

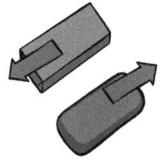

يتاجر

buôn bán

مال

tiền

دولار

đô la

يورو

Euro

ين

yên

روبل

rúp

فرنك سويسري

franc Thụy Sĩ

يوان

nhân dân tệ

روبية

rupi

صرّاف آلي

máy rút tiền tự động

مكتب صرافة

quầy đổi tiền

ذهب

vàng

فضة

bạc

نفط

dầu

طاقة

năng lượng

سعر

giá tiền

عقد

hợp đồng

ضريبة

thuế

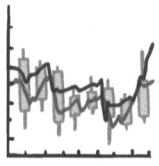

سهم

cổ phiếu

يعمل

làm việc

موظف

nhân viên

رب العمل

chủ lao động

مصنع

nhà máy

متجر

cửa hiệu

المِهَن
nghề nghiệp

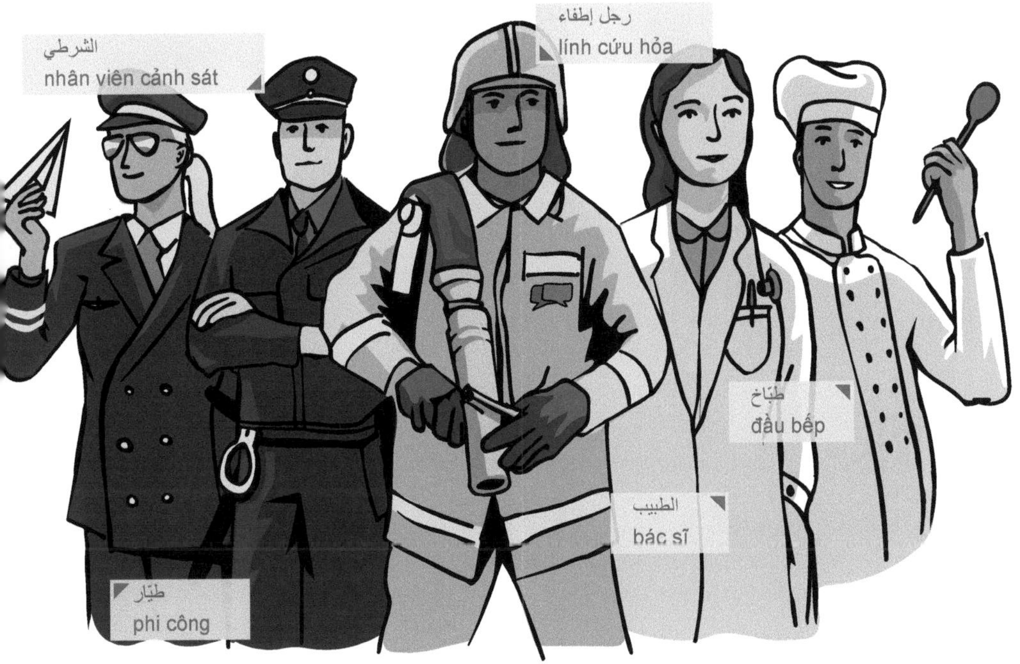

الشرطي
nhân viên cảnh sát
رجل إطفاء
lính cứu hỏa
طبّاخ
đầu bếp
الطبيب
bác sĩ
طيّار
phi công

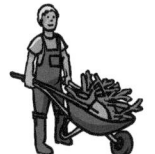

بستاني
....
người làm vườn

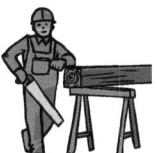

نجّار
....
thợ mộc

خيّاطة
....
thợ may

قاض
....
chánh án

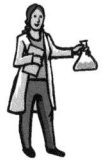

كيميائي
....
nhà hóa học

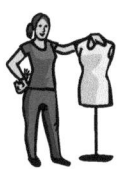

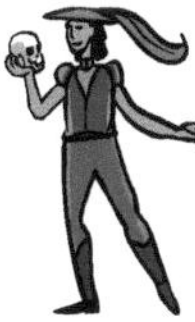

ممثّل
....
diễn viên

سائق حافلة

tài xế xe buýt

سائق تاكسي

người lái taxi

 صياد سمك

ngư dân

أجيرة للتنظيف

người lau dọn vệ sinh

بنّاء سقف

thợ lợp mái nhà

نادل

bồi bàn

صيّاد

thợ săn

رسّام

họa sĩ

خبّاز

thợ làm bánh

كهربائي

thợ điện

عامل بناء

thợ xây dựng

مهندس

kỹ sư

لحّام

người hàng thịt

سمكري

thợ sửa ống nước

ساعي البريد

người đưa thư

جندي

người lính

مهندس معماري

kiến trúc sư

أمين صندوق

nhân viên thu ngân

بائع الزهور

người bán hoa

حلاق

thợ cắt tóc

مراقب القطار

nhân viên soát vé

ميكانيكي

thợ cơ khí

قبطان

thuyền trưởng

طبيب أسنان

nha sĩ

رجل العلم

nhà khoa học

حاخام

giáo sĩ Do thái

إمام

lãnh tụ Hồi giáo

راهب

nhà sư

كاهن

mục sư

dụng cụ

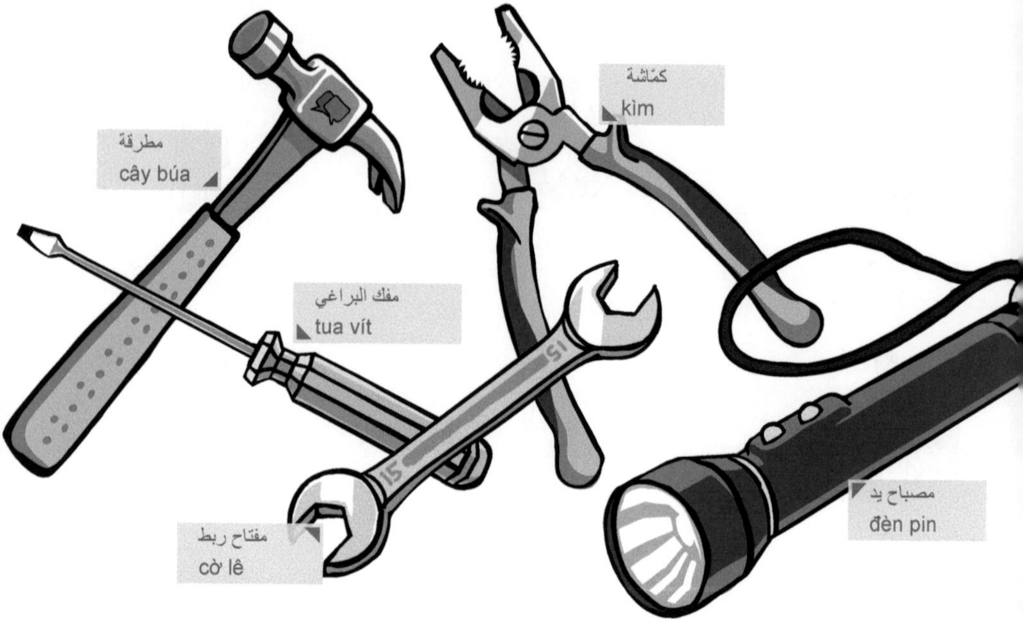

مطرقة
cây búa
كمّاشة
kìm
مفك البراغي
tua vít
مفتاح ربط
cờ lê
مصباح يد
đèn pin

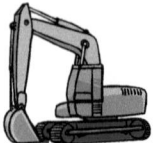

جرافة

máy xúc đất

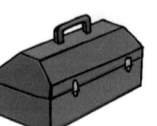

صندوق العدة

hộp dụng cụ

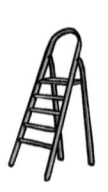

سلّم

cái thang

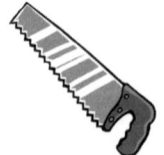

منشار

cưa

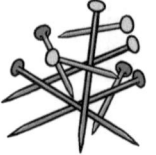

مسامير

đinh

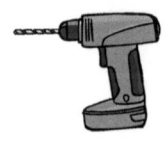

مثقب

máy khoan

يصلح

sửa chữa

مجرفة

cái xẻng

اللعنة

khốn nạn!

لقاطة الكناسة

cái hót rác

سطل الألوان

thùng sơn

براغي

vít

آلات موسيقية

nhạc cụ

مكبر الصوت
loa

آلات الإيقاع
bộ trống

غيتار
đàn ghi ta

كمان أجهر
đàn công tra bát

بوق
kèn trompet

بيانو

đàn piano

كمنجة

đàn vĩ cầm

جهير

ghi ta bass

طبل كبير

trống định âm

طبل

trống

بيانو كهربائي

đàn organ

ساكسوفون

kèn Saxophone

ناي

sáo

ميكروفون

micro

vườn bách thú

نمر
con cọp

مدخل
lối vào

قفص
lồng

حمار الوحش
ngựa vằn

علف للحيوانات
thức ăn gia súc

دب باندا
gấu trúc

حيوانات
động vật

فيل
con voi

كنغر
chuột túi

وحيد القرن
tê giác

غوريلا
khỉ đột

دب
con gấu

جمل

lạc đà

نعامة

đà điểu

أسد

sư tử

قرد

con khỉ

طائر فلامينغو

hồng hạc

ببغاء

con vẹt

دب قطبي

gấu bắc cực

بطريق

chim cánh cụt

سمك القرش

cá mập

طاووس

con công

أفعى

con rắn

تمساح

cá sấu

حارس في حديقة الحيوان

người trông giữ vườn bách thú

عجل البحر

hải cẩu

نمر أمريكي مرقط

báo đốm

فرس قزم
ngựa lùn

نمر
con báo

فرس النهر
hà mã

زرافة
hươu cao cổ

نسر
đại bàng

خنزير برّي
heo rừng

سمك
cá

سلحفاة
con rùa

حيوان فظ البحري
hải mã

ثعلب
con cáo

غزال
linh dương

كرة القدم الأمريكية
bóng bầu dục Mỹ

ركوب الدراجات
đua xe đạp

كرة التنس
quần vợt

كرة السلة
bóng rổ

السباحة
bơi

هوكي الجليد
khúc côn cầu trên băng

الملاكمة
đấm bốc

كرة القدم
....
bóng đá

الريشة الطائرة
....
cầu lông

ألعاب القوى الخفيفة
....
điền kinh

كرة اليد
....
bóng ném

التزلج على الثلج
....
trượt tuyết

بولو
....
polo

نشاطات

các hoạt động

يضحك
cười
يقفز
nhảy
يعانق
ôm
يمشي
đi bộ
يغني
ca hát
يحلم
mơ
يصلي
cầu nguyện
يقبل
hôn

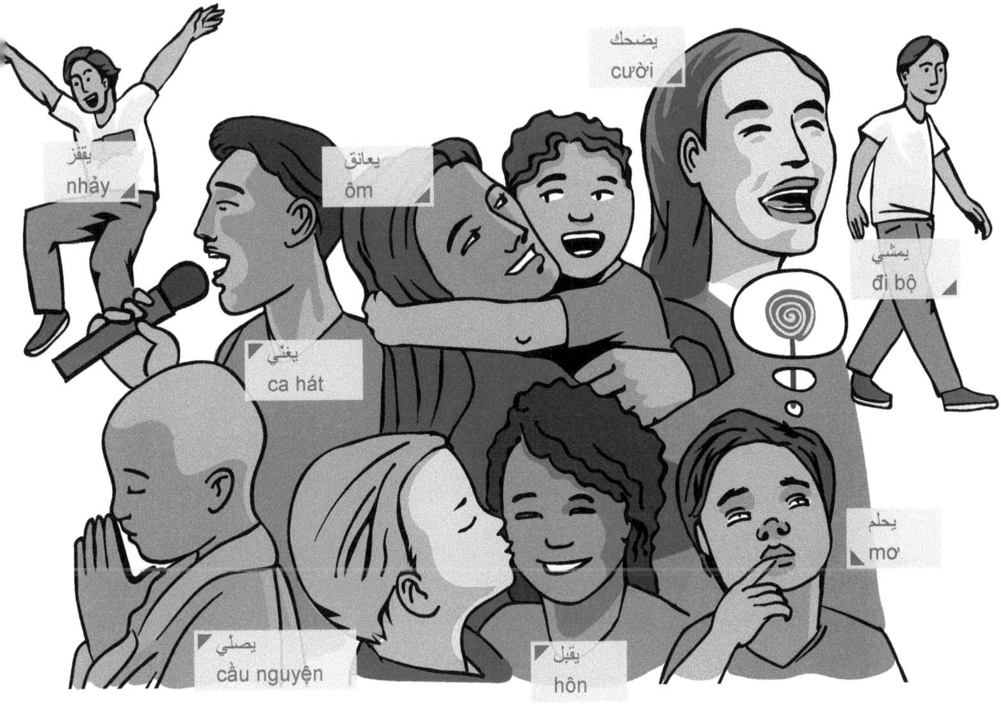

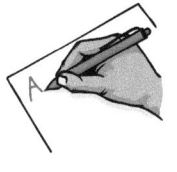

يكتب

viết

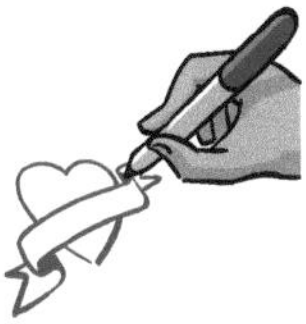

يرسم

vẽ

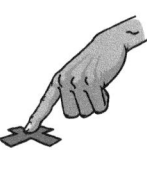

يُري

chỉ trỏ

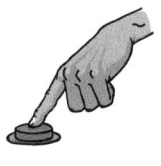

يدفع

đẩy

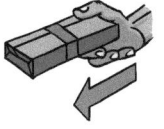

يعطي

cho

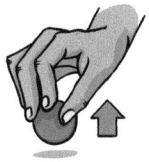

يأخذ

lấy đi

يملك

có

يعمل

làm

يوجد

thì / là

يقف

đứng

يركض

chạy

يسحب

kéo

يرمي

ném

يقع

rơi

يستلقي

nằm

ينتظر

chờ đợi

يحمل

mang vác

يجلس

ngồi

يلبس

mặc quần áo

ينام

ngủ

يستيقظ

thức dậy

ينظر إلى ..

xem

يبكي

khóc

يمسّد

vuốt ve

يمشّط

chải

يتكلم

nói chuyện

يفهم

hiểu

يسأل

câu hỏi

يسمع

nghe

يشرب

uống

يأكل

ăn

يرتب

dọn dẹp

يحب

yêu

يطبخ

nấu nướng

يقود

lái xe

يطيّر

bay

يبحر بزورق شراعي

đi thuyền buồm

يحسب

tính toán

يقرأ

đọc

يتعلم

học

يعمل

làm việc

يتزوج

cưới

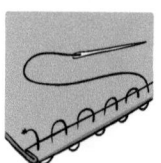

يخيط

khâu vá

ينظف أسنانه

đánh răng

يقتل

giết

يدخّن

hút thuốc

يرسل

gửi đi

عائلة

gia đình

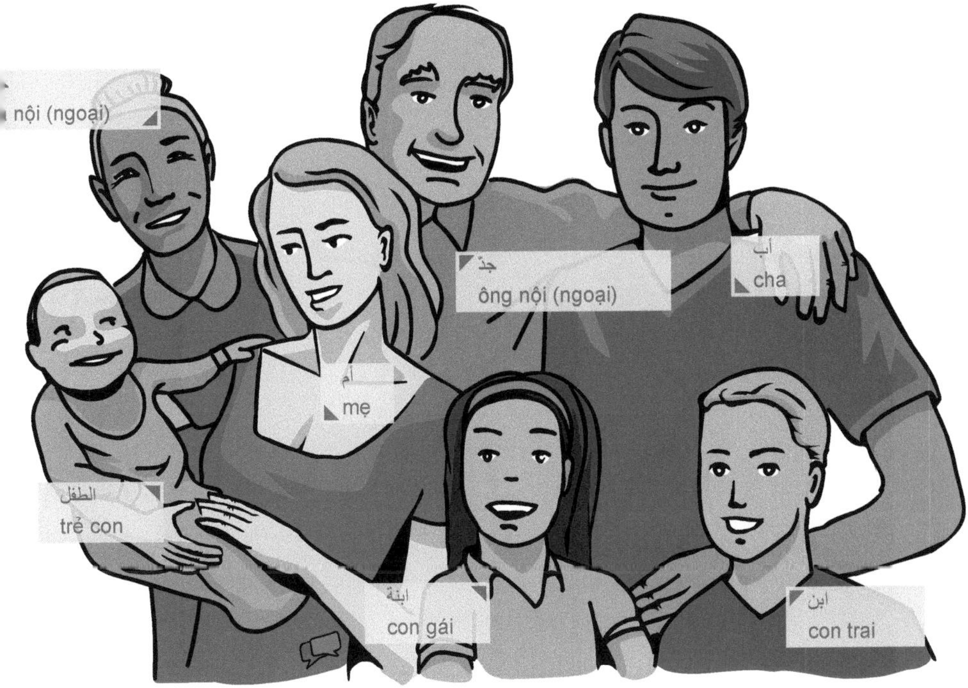
nội (ngoại)
جدّ
ông nội (ngoại)
أب
cha
أم
mẹ
الطفل
trẻ con
ابنة
con gái
ابن
con trai

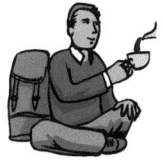

ضيف

....

khách

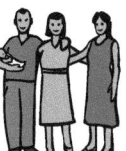

عمّة / خالة

....

cô (dì)

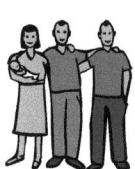

عمّ / خال

....

chú, bác (cậu)

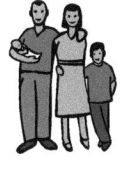

أخ

....

anh (em) trai

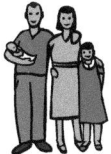

أخت

....

chị (em) gái

الجسم

cơ thể

الجبين
trán
العين
mắt
الكتف
vai
الإصبع
ngón tay
الوجه
mặt
الذقن
cằm
اليد
bàn tay
الصدر
ngực
الساق
chân
الذراع
cánh tay

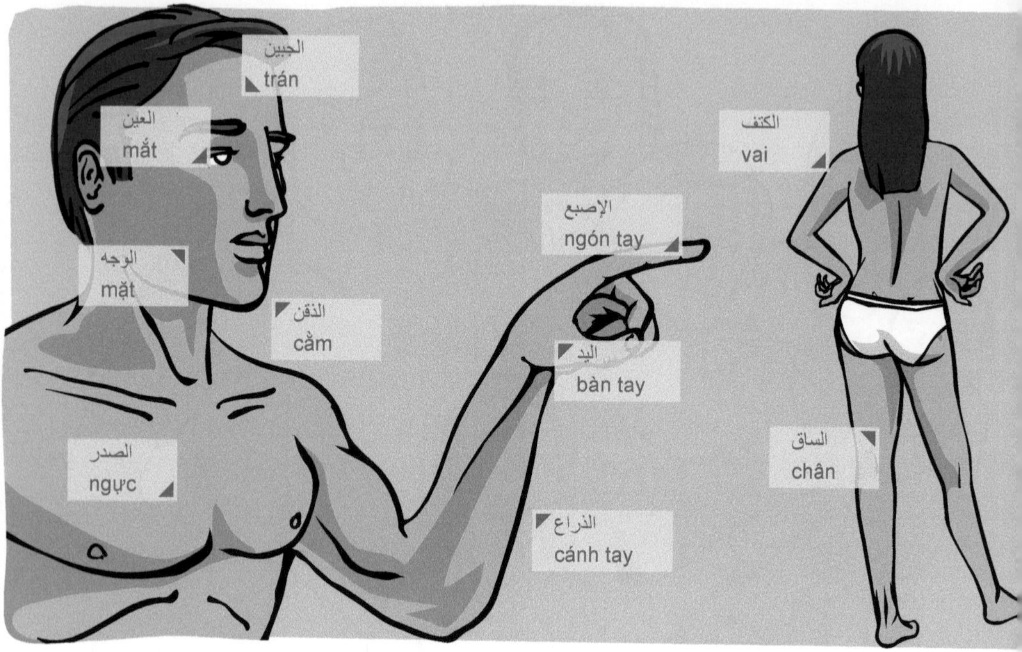

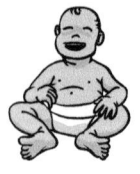

الطفل

trẻ con

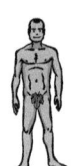

الرجل

đàn ông

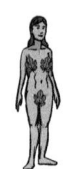

المرأة

phụ nữ

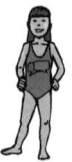

البنت

bé gái

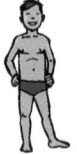

الولد

bé trai

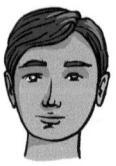

الرأس

đầu

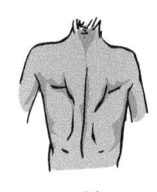

الظهر

lưng

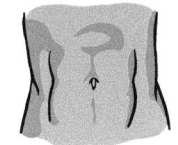

البطن

bụng

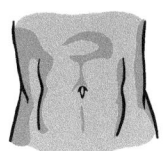

السرّة

rốn

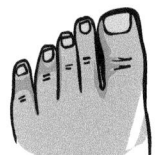

إصبع القدم

ngón chân

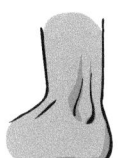

الكعب

gót chân

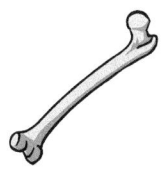

العظم

xương

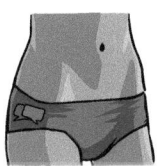

الورك

hông

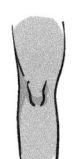

الركبة

đầu gối

المرفق

khuỷu tay

الأنف

mũi

العَجُز

mông

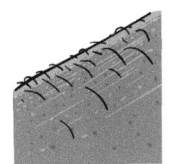

البشرة

da

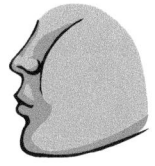

الخد

má

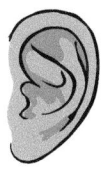

الأذن

tai

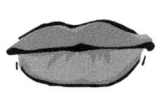

الشفة

môi

الفم

miệng

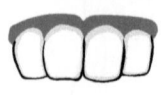

السن

răng

اللسان

lưỡi

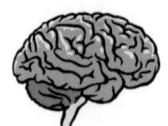

الدماغ

não

القلب

tim

العضلة

cơ bắp

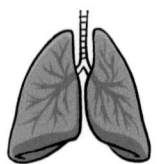

الرئة

phổi

الكبد

gan

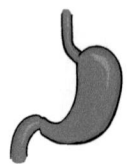

المعدة

dạ dày

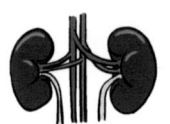

الكلى

thận

الاتصال الجنسي

giao hợp

الواقي المطاطي

bao cao su

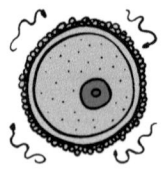

البويضة

noãn

المنيّ

tinh dịch

الحمل

mang thai

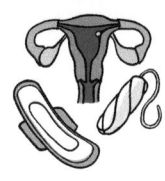

الحيض

kinh nguyệt

المهبل

âm vật

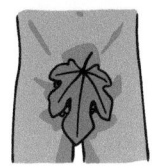

القضيب

dương vật

الحاجب

lông mày

الشعر

tóc

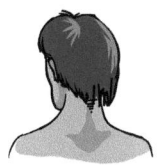

الرقبة

cổ

المستشفى

bệnh viện

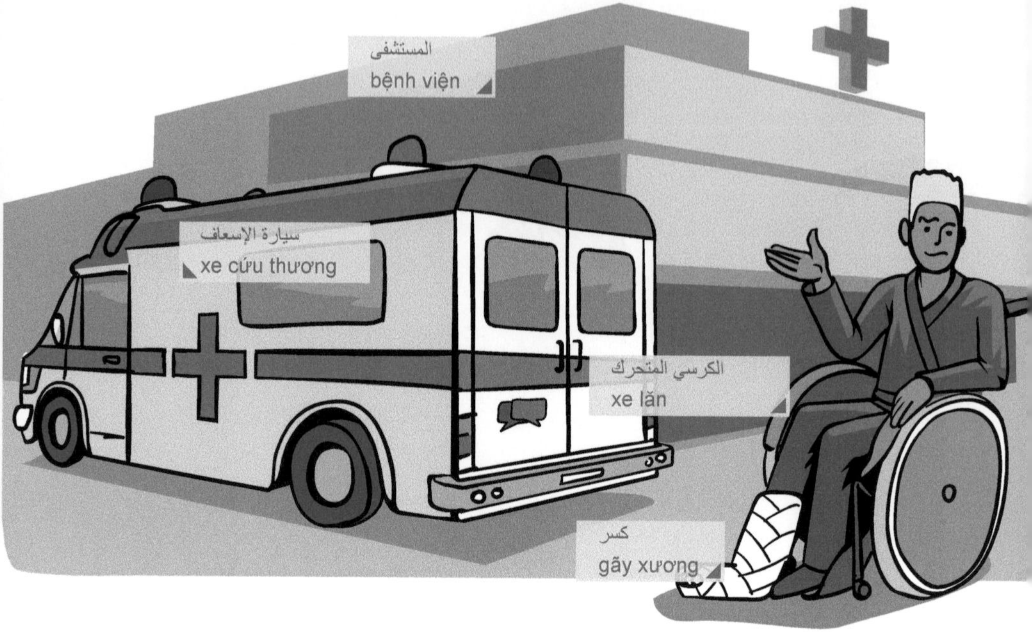

المستشفى
bệnh viện
سيارة الإسعاف
xe cứu thương
الكرسي المتحرك
xe lăn
كسر
gãy xương

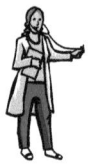

الطبيب

bác sĩ

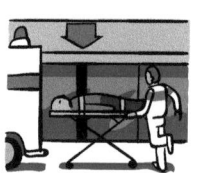

غرفة الإسعاف

phòng cấp cứu

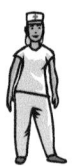

الممرضة

y tá

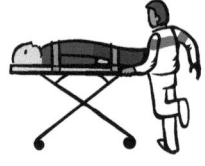

حالة

cấp cứu

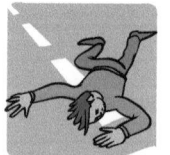

مغمى عليه

bất tỉnh

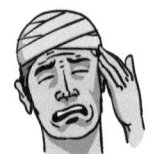

الألم

cơn đau

إصابة

bị thương

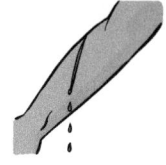

النزيف

chảy máu

احتشاء القلب

nhồi máu cơ tim

جلطة

đột quỵ

حسسية

dị ứng

السعال

ho

الحُمّى

sốt

إنفلونزا

cúm

الإسهال

tiêu chảy

وجع الرأس

đau đầu

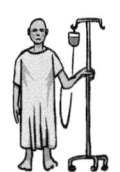

السرطان

ung thư

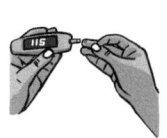

مرض السكر

bệnh tiểu đường

جرّاح

bác sĩ phẫu thuật

مبضع

dao mổ

عملية

giải phẫu

سيتي سكان

chụp cắt lớp

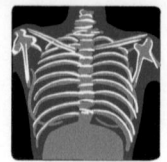

الأشعة السينية

chụp x-quang

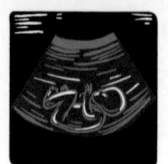

فوق الصوتي

siêu âm

القناع

mặt nạ

المرض

bệnh

غرفة الانتظار

phòng đợi

العُكّاز

cái nạng

شريط لاصق

băng dán vết thương

ضماد

băng bó

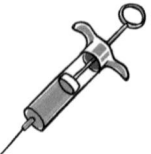

حقنة

tiêm thuốc

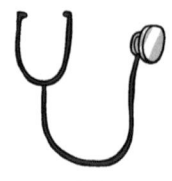

سمّاعة الطبيب

ống nghe khám bệnh

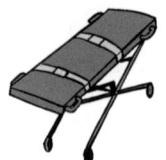

نقالة

băng ca

ميزان حرارة

nhiệt kế

ولادة

sinh đẻ

وزن زائد

thừa cân

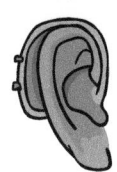

جهاز السمع

máy trợ thính

المواد المعقمة

chất khử trùng

عدوى

nhiễm trùng

فيروس

vi rút

الإيدز

HIV / AIDS

الطب

thuốc

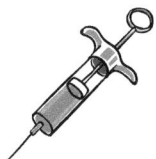

اللقاح

tiêm chủng

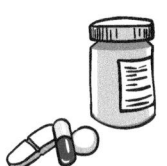

أقراص الدواء

thuốc viên

حبّة الدواء

viên thuốc

نداء النجدة

gọi cấp cứu

مقياس ضغط الدم

máy đo huyết áp

مريض / صحيح

bệnh / khỏe mạnh

النجدة!

cứu!

إنذار

báo động

اعتداء

cuộc đột kích

هجوم

sự tấn công

خطر

mối nguy hiểm

مخرج طوارئ

lối thoát hiểm

حريق!

cháy!

جهاز الإطفاء

bình chữa cháy

حادث

tai nạn

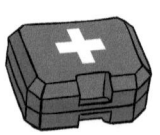

حقيبة الإسعاف الأولي

bộ dụng cụ sơ cứu

أنقذونا

SOS

الشرطة

cảnh sát

أوروبا

châu Âu

أمريكا الشمالية

Bắc Mỹ

أمريكا الجنوبية

Nam Mỹ

أفريقيا

châu Phi

آسيا

châu Á

أستراليا

châu Úc

المحيط الأطلسي

Đại Tây Dương

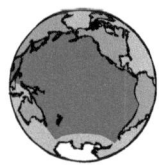

المحيط الهادي

Thái Bình Dương

المحيط الهندي

Ấn Độ Dương

المحيط المتجمد الجنوبي

Nam Cực Dương

المحيط المتجمد الشمالي

Bắc Băng Dương

القطب الشمالي

bắc cực

القطب الجنوبي

nam cực

منطقة القطب الجنوبي

nam cực

أرض

trái đất

بر

đất liền

بحر

biển

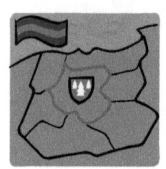

جزيرة

đảo

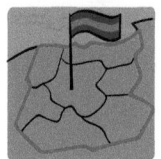

أمة

quốc gia

دولة

nhà nước

ميناء الساعة

mặt đồng hồ

عقرب الساعات

kim chỉ giờ

عقرب الدقائق

kim chỉ phút

عقرب الثواني

kim chỉ giây

كم الساعة الآن؟

Bây giờ là mấy giờ?

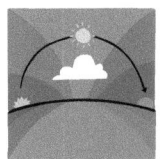

يوم

ngày

زمن

thời gian

الآن

bây giờ

ساعة رقمية

đồng hồ điện tử

دقيقة

phút

ساعة

giờ

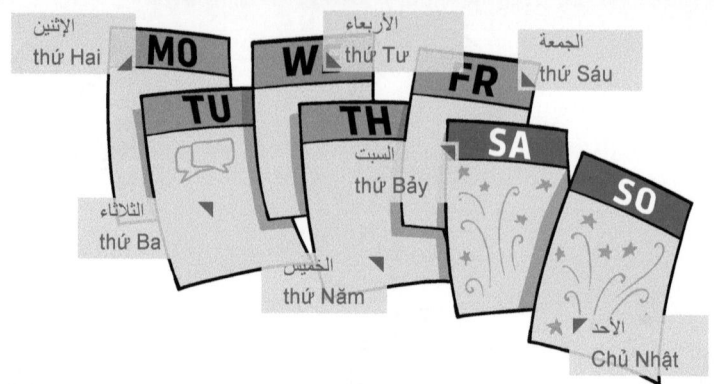

الإثنين
thứ Hai

MO

الأربعاء
thứ Tư

W

الجمعة
thứ Sáu

FR

TU

TH

SA

الثلاثاء
thứ Ba

السبت
thứ Bảy

SO

الخميس
thứ Năm

الأحد
Chủ Nhật

الأمس
hôm qua

اليوم
hôm nay

غداً
ngày mai

الصباح
buổi sáng

الظهر
buổi trưa

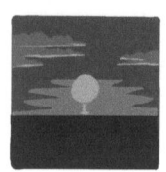

المساء
buổi tối

أيام العمل
ngày làm việc

نهاية الأسبوع
cuối tuần

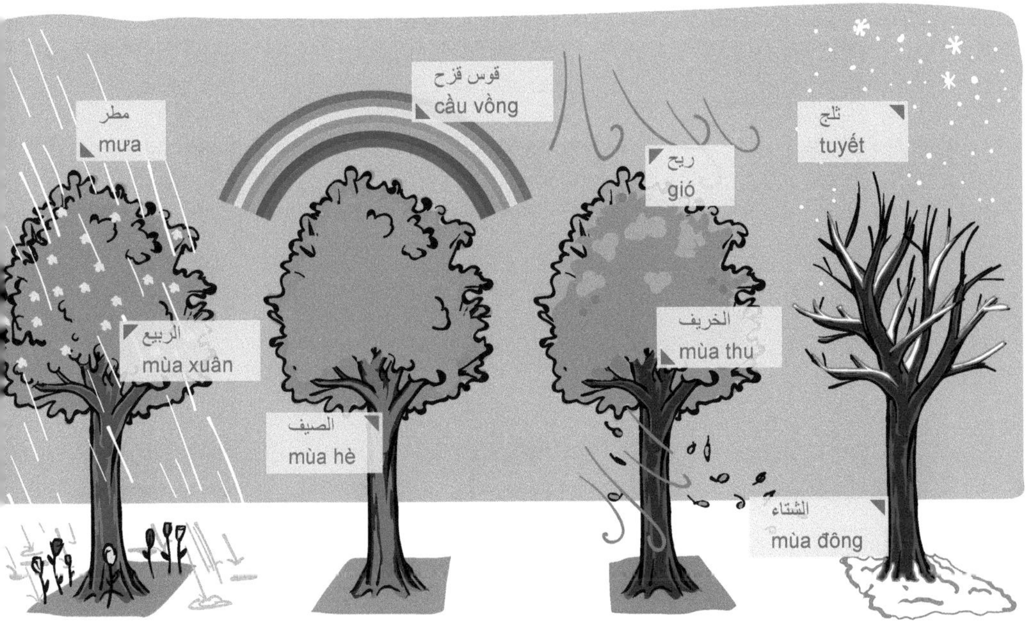

مطر
mưa
قوس قزح
cầu vồng
ريح
gió
ثلج
tuyết
الربيع
mùa xuân
الصيف
mùa hè
الخريف
mùa thu
الشتاء
mùa đông

4.APRIL 11°
5.APRIL 4°
6.APRIL 13°
7.APRIL 8°
8.APRIL 10°

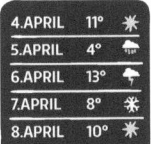

التنبّؤ بالحالة الجوية

dự báo thời tiết

F C
120 40
90 30
60 20
30 10
0 0
-30 -10
-20

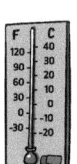

مقياس حرارة

nhiệt kế

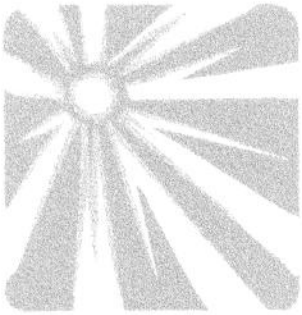

ضوء الشمس

ánh nắng

سحابة

mây

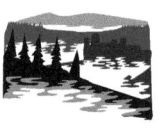

ضباب

sương mù

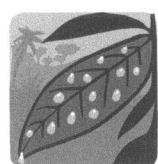

رطوبة الجو

độ ẩm không khí

برق

tia chớp

رعد

sấm sét

عاصفة

cơn bão

بَرَد

mưa đá

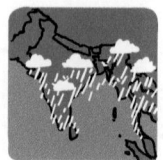

ريح موسمية

gió mùa

طوفان

lũ lụt

جليد

nước đá

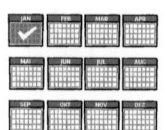

كانون الثاني / يناير

tháng Một

شباط / فبراير

tháng Hai

آذار / مارس

tháng Ba

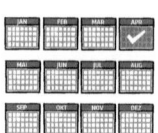

نيسان / أبريل

tháng Tư

أيار / مايو

tháng Năm

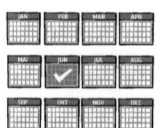

حزيران / يونيو

tháng Sáu

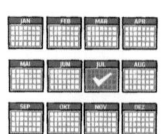

تموز / يوليو

tháng Bảy

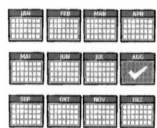

آب / أغسطس

tháng Tám

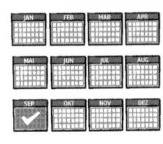

أيلول / سبتمبر
....
tháng Chín

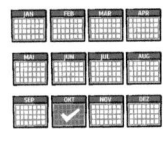

تشرين الأول / أكتوبر
....
tháng Mười

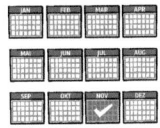

تشرين الثاني / نوفمبر
....
tháng Mười Một

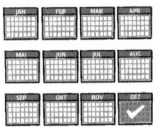

كانون الأول / ديسمبر
....
tháng Mười Hai

hình dạng

دائرة
....
hình tròn

مربّع
....
hình vuông

مستطيل
....
hình chữ nhật

مثلث
....
hình tam giác

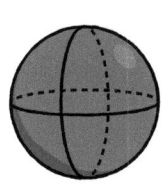

كرة
....
hình cầu

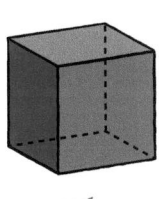

مكعب
....
khối vuông

أبيض

màu trắng

أصفر

màu vàng

برتقالي

màu cam

وردي

màu hồng

أحمر

màu đỏ

بنفسجي

màu tím

أزرق

màu xanh dương

أخضر

màu xanh lá cây

بنّي

màu nâu

رمادي

màu xám

أسود

màu đen

كثير / قليل

nhiều / ít

غضبان / هادئ

tức tối / điềm tĩnh

جميل / قبيح

xinh đẹp / xấu xí

بداية / نهاية

bắt đầu / kết thúc

كبير / صغير

to / nhỏ

فاتح / قاتم

sáng / tối

أخ / أخت

anh (em) trai / chị (em) gái

نظيف / وسخ

sạch / bẩn

كامل / ناقص

đủ / thiếu

نهار / ليل

ngày / đêm

ميت / حيّ

chết / sống

عريض / ضيّق

rộng / chật hẹp

صالح للأكل / غير صالح

ăn được / không ăn được

شرّير / لطيف

ác / tử tế

مثير / ممل

hào hứng / chán nản

سمين / نحيف

béo / gầy

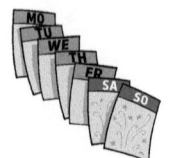

أولاً / أخيراً

đầu tiên / cuối cùng

صديق / عدو

bạn / thù

مليء / فارغ

đầy / rỗng

صلب / لَيّن

cứng / mềm

ثقيل / خفيف

nặng / nhẹ

جوع / عطش

đói / khát

مريض / صحيح

bệnh / khỏe mạnh

غير شرعي / شرعي

bất hợp pháp / hợp pháp

ذكي / غبي

thông minh / ngu

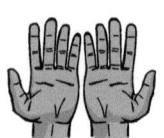

يسار / يمين

trái / phải

قريب / بعيد

gần / xa

جديد / مستعمل

mới / cũ

لا شيء / بعض الشيء

không có gì cả / có cái gì đó

مسين / شاب

già / trẻ

يشعل / يطفئ

bật / tắt

مفتوح / مغلق

mở / đóng

خافت / عالٍ

im lặng / ồn ào

غني / فقير

giàu / nghèo

صح / خطأ

đúng / sai

أخرش / أملس

sần sùi / mịn màng

حزين / سعيد

buồn / vui

قصير / طويل

ngắn / dài

بطيء / سريع

chậm / nhanh

مبلول / جاف

ẩm ướt / khô ráo

ساخن / بارد

ấm áp / mát mẻ

حرب / سلم

chiến tranh / hòa bình

0

صفر
·········
số không

1

واحد
·········
một

2

اثنان
·········
hai

3

ثلاثة
·········
ba

4

أربعة
·········
bốn

5

خمسة
·········
năm

6

ستة
·········
sáu

7

سبعة
·········
bảy

8

ثمانية
·········
tám

9

تسعة
·········
chín

10

عشرة
·········
mười

11

أحد عشر
·········
mười một

12
اثنا عشر
....
mười hai

13
ثلاثة عشر
....
mười ba

14
أربعة عشر
....
mười bốn

15
خمسة عشر
....
mười lăm

16
ستة عشر
....
mười sáu

17
سبعة عشر
....
mười bảy

18
ثمانية عشر
....
mười tám

19
تسعة عشر
....
mười chín

20
عشرون
....
hai mươi

100
مائة
....
một trăm

1.000
ألف
....
một ngàn

1.000.000
مليون
....
một triệu

các ngôn ngữ

الإنكليزية

tiếng Anh

الإنكليزية الأمريكية

tiếng Anh Mỹ

لغة ماندارين الصينية

tiếng Quan Thoại

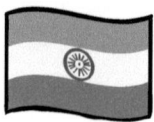

الهندية

tiếng Hin-di

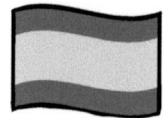

الإسبانية

tiếng Tây Ban Nha

الفرنسية

tiếng Pháp

العربية

tiếng Ả-rập

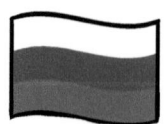

الروسية

tiếng Nga

البرتغالية

tiếng Bồ Đào Nha

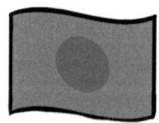

البنغالية

tiếng Bengal

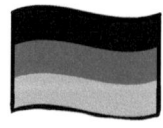

الألمانية

tiếng Đức

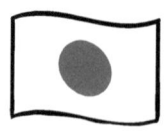

اليابانية

tiếng Nhật

أنا

tôi

أنت

bạn

هو / هي

anh ta / cô ta / nó

نحن

chúng tôi

أنتم

các bạn

هم

họ

من؟

ai?

ماذا؟

cái gì?

كيف؟

như thế nào?

أين؟

ở đâu?

متى؟

lúc nào?

اسم

tên

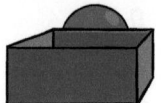

خلف

phía sau

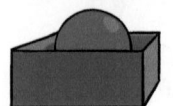

في

ở trong

أمام

phía trước

فوق

phía trên

على

ở trên

تحت

ở dưới

جنب

bên cạnh

بين

ở giữa

مكان

chỗ